മത്യാസ് ഫീശ്ധേര

നൂതനമായ റിയൽ എസ്റ്റേറ്റ് മാച്ചിംഗിൻറെ ആശയം: റിയൽ എസ്റ്റേറ്റ് ബ്രോക്കറേജ് സുഗമമാക്കുന്നു

റിയൽ എസ്റ്റേറ്റ് മാച്ചിംഗ്: നൂതനമായ ഒരു റിയൽ എസ്റ്റേറ്റ് മാച്ചിംഗ് പോർട്ടലുമൊത്ത് കാര്യക്ഷമവും, സുഗമവും, പ്രൊഫഷണലുമായ റിയൽ എസ്റ്റേറ്റ് ബ്രോക്കറേജ്

പ്രസിദ്ധീകരണ വിശദാംശങ്ങൾ - ഇംപ്രെസ്സം | നിയമപരമായ അറിയിപ്പ്

അച്ചടിച്ച പുസ്തകം എന്ന നിലയിലുള്ള ആദ്യ പതിപ്പ് | ഫെബ്രുവരി 2017
(ജർമ്മനിൽ ആദ്യം പ്രസിദ്ധീകരിച്ചത് ഡിസംബർ 2016)

© 2016 മത്തിയാസ് ഫീഡ്ലർ

മത്തിയാസ് ഫീഡ്ലർ
എറികാ-വോൺർ-ബ്രോക്ഡോർഫ്-സ്ട്രീ.19
41352 കോർഷെൻബ്രോയിക്
ജർമ്മനി
www.matthiasfiedler.net

അച്ചടിയും നിർമ്മാണവും:
അവസാന പേജിലെ ഇംപ്രിന്റ് കാണുക

കവർ ഡിസൈൻ മത്തിയാസ് ഫീഡ്ലർ
ഇ-ബുക്ക് തയ്യാറാക്കിയത്: മത്തിയാസ് ഫീഡ്ലർ

എല്ലാ അവകാശങ്ങളും നിക്ഷിപ്തം.

ISBN-13 (പേപ്പർബാക്ക്): 978-3-947184-67-5
ISBN-13 (ഇ-ബുക്ക് മൊബി): 978-3-947128-55-6
ISBN-13 (ഇ-ബുക്ക് ഇപബ്): 978-3-947128-56-3

ഡോയ്ഷെ നാഷണൽ ബിബ്ലിയോതെക്കിൻറെ ബിബ്ലിയോഗ്രാഫിക് വിവരം: ഡോയ്ഷെ നാഷണൽ ബിബ്ലിയോതെക് ഈ പ്രസിദ്ധീകരണം ഡോയ്ഷെ നാഷണൽബിബ്ലിയോഗ്രാഫിയിൽ രേഖപ്പെടുത്തുന്നു; വിശദമായ ബിബ്ലിയോഗ്രാഫിക് ഡാറ്റ ഇൻറർനെറ്റിൽ. http://dnb.d-nb.de. ൽ ലഭ്യമാണ്

സംഗ്രഹം

ഈ പുസ്തകം റിയൽ എസ്റ്റേറ്റ് വിലയിരുത്തൽ ഉൾപ്പെടെയുള്ള (ട്രില്യൺ ഡോളർ വില്പന സാദ്ധ്യത) ഒരു റിയൽ എസ്റ്റേറ്റ് ഏജൻസി സോഫ്ടെയറിലേക്ക് സമഗ്രമാക്കിയിട്ടുള്ള, ഗണ്യമായ വില്പന സാദ്ധ്യതയുള്ള (ബില്യൺ ഡോളർ) ലോകവ്യാപകമായ ഒരു റിയൽ എസ്റ്റേറ്റ് മാച്ചിംഗ് പോർട്ടലിനുള്ള (ആപ്പ്) വിപ്ലവകരമായ ഒരു ആശയം വിശദീകരിക്കുന്നു.

ഇതിന്റെ അർത്ഥം റസിഡൻഷ്യൽ, കൊമേഴ്സ്യൽ റിയൽ എസ്റ്റേറ്റ്, അത് ഉടമ താമസിക്കുന്നതാണെങ്കിലും, വാടകയ്ക്ക് കൊടുത്തിട്ടുള്ളതാണെങ്കിലും, കാര്യക്ഷമമായും സമയം ലാഭിക്കുന്ന രീതിയിലും ബ്രോക്കർ ചെയ്യാൻ സാധിക്കുന്നു എന്നുള്ളതാണ്. അത് എല്ലാ റിയൽ എസ്റ്റേറ്റ് എജൻറുമാർക്കും വസ്തു ഉടമകൾക്കുമുള്ള നൂതനവും പ്രൊഫഷണലുമായ റിയൽ എസ്റ്റേറ്റ് ബ്രോക്കറേജിന്റെ ഭാവിയാണ്. റിയൽ എസ്റ്റേറ്റ് മാച്ചിംഗ് മിക്കവാറും എല്ലാ രാജ്യങ്ങളിലും, രാജ്യങ്ങൾ തമ്മിലും പോലും പ്രവർത്തിക്കുന്നു.

വസ്തുക്കൾ വാങ്ങുന്ന അല്ലെങ്കിൽ വാടകയ്ക്കെടുക്കുന്ന ആളിലേക്ക് വസ്തുക്കൾ "എത്തിക്കുന്നതിനു" പകരം, ഒരു റിയൽ എസ്റ്റേറ്റ് മാച്ചിംഗ് പോർട്ടലുമൊത്ത്, വസ്തു വാങ്ങാൻ അല്ലെങ്കിൽ വാടകയ്ക്കെടുക്കാൻ സാദ്ധ്യതയുള്ളവരുടെ യോഗ്യത അളക്കുകയും (പ്രൊഫൈൽ തിരയുക) അതിനു ശേഷം റിയൽ എസ്റ്റേറ്റ് ഏജൻറുമാർ ഓഫർ ചെയ്തിരിക്കുന്ന വസ്തുക്കളുമായി പൊരുത്തപ്പെടുത്തി നോക്കുകയും കണ്ണിചേർക്കുകയും ചെയ്യുന്നു.

ഉള്ളടക്കം

മുഖവുര

ഇവിടെ വിവരിച്ചിരിക്കുന്ന നൂതനമായ ഒരു റിയൽ എസ്റ്റേറ്റ് മാച്ചിംഗ് പ്രക്രിയയ്ക്കായുള്ള ആശയം 2011ൽ ഞാൻ രൂപപ്പെടുത്തുകയും വികസിപ്പിക്കുകയും ചെയ്തു.

1998 മുതൽ ഞാൻ റിയൽ എസ്റ്റേറ്റ് ബിസിനസ്സിൽ (റിയൽ എസ്റ്റേറ്റ് ബ്രോക്കറേജ്, വാങ്ങലും വില്പനയും, മൂല്യനിർണയം, റെൻറൽ, പ്രോപ്പർട്ടി ഡെവലപ്മെൻറ് എന്നിവ ഉൾപ്പെടെ) ഞാൻ ഏർപ്പെട്ടുവരിതയാണ്. ഞാൻ ഒരു റിയാൾട്ടർ (IHK), റിയൽ എസ്റ്റേറ്റ് സാമ്പത്തിക വിദഗ്ദ്ധൻ (ADI), റിയൽ എസ്റ്റേറ്റ് മൂല്യനിർണയത്തിൽ സാക്ഷ്യപത്രം നേടിയ വിഗദ്ധൻ (DEKRA) എന്നിവയോടൊപ്പം, അന്താരാഷ്ട്ര അംഗീകാരമുള്ള റിയൽ എസ്റ്റേറ്റ് അസോസിയേഷനായ റോയൽ ഇൻസ്റ്റിട്യൂട്ട് ഓഫ് ചാർട്ടേഡ് സർവെയേഴസ് (എം.ആർ.ഐ.സി.എസ്.) ൻറെ ഒരു അംഗവുമാണ്.

മത്തിയാസ് ഫീൾഡർ

കോർഷെൻബ്രോയിക്, 10/31/2016

www.matthiasfiedler.net

1. നുതനമായ റിയൽ എസ്റ്റേറ്റ് മാച്ചിംഗിൻറെ സങ്കല്പം: റിയൽ എസ്റ്റേറ്റ് ബ്രോക്കറേജ് എളുപ്പമാക്കുന്നു.

റിയൽ എസ്റ്റേറ്റ് മാച്ചിംഗ്: നൂതനമായ ഒരു റിയൽ എസ്റ്റേറ്റ് മാച്ചിംഗ് പോർട്ടലുമൊത്ത് ഫലപ്രദവും, സുഗമവും, പ്രൊഫഷണലുമായ റിയൽ എസ്റ്റേറ്റ് ബ്രോക്കറേജ്

വസ്തുക്കൾ വാങ്ങുന്ന അല്ലെങ്കിൽ വാടകയ്ക്കെടുക്കുന്ന വ്യക്തിയിലേക്ക് കൊണ്ടുവരുന്നതിനു പകരം, ഒരു റിയൽ എസ്റ്റേറ്റ് മാച്ചിംഗ് പോർട്ടലുമൊത്ത് (ആപ്പ്), വസ്തു വാങ്ങാൻ അല്ലെങ്കിൽ വാടകയ്ക്കെടുക്കാൻ സാദ്ധ്യതയുള്ളവരുടെ ശേഷി നിർണയിക്കുകയും (സെർച്ച് പ്രൊഫൈൽ), അതിനു ശേഷം റിയൽ എസ്റ്റേറ്റ് ഏജൻറുമാർ ഓഫർ ചെയ്യുന്ന വസ്തുക്കളുമായി പൊരുത്തപ്പെടുത്തി നോക്കുകയും കണ്ണിചേർക്കുകയും ചെയ്യുന്നു.

2. വസ്തുവാങ്ങാൻ അല്ലെങ്കിൽ വാടകയ്ക്കെടുക്കാൻ താല്പര്യപ്പെടുന്നവരുടെയും വസ്തുവില്പനക്കാരുടെയും ഉദ്ദേശ്യങ്ങൾ

റിയൽ എസ്റ്റേറ്റ് വില്പനക്കാരുടെയും ഭൂവുടമകളുടെയും പരിപ്രേക്ഷ്യത്തിൽ, അവരുടെ വസ്തു വേഗത്തിലും സാദ്ധ്യമാകുന്നതിൽ ഏറ്റവും ഉയർന്ന വിലയ്ക്കും വില്ക്കാനാവുന്നതിനാണ് പ്രാധാന്യം. വാങ്ങുന്നതിനും വാടകയ്ക്കെടുക്കുന്നതനും താല്പര്യപ്പെടുന്നവരുടെ പരിപ്രേക്ഷ്യത്തിൽ തങ്ങളുടെ ആവശ്യങ്ങൾ നിറവേറ്റുന്ന ശരിയായ വസ്തു കണ്ടെത്തുകയും അത് സാദ്ധ്യമാകുന്നിടത്തോളം വേഗത്തിലും സുഗമമായും വാങ്ങുകയോ വാടകയ്ക്കെടുക്കയോ ചെയ്യാൻ സാധിക്കുന്നതിനാണ് പ്രാധാന്യം.

3. റിയൽ എസ്റ്റേറ്റ് തിരയുന്നതിനുള്ള മുൻ സമീപനങ്ങൾ

പൊതുവെ, വസ്തു വാങ്ങാൻ അല്ലെങ്കിൽ വാടകയ്ക്കെടുക്കാൻ താല്പര്യപ്പെടുന്നവർ തങ്ങൾ ആഗ്രഹിക്കുന്ന പ്രദേശത്തുള്ള വസ്തുക്കൾ നോക്കുന്നതിനായി വമ്പൻ റിയൽ എസ്റ്റേറ്റ് പോർട്ടലുകൾ ഉപയോഗിക്കുകയാണ് ചെയ്യുന്നത്. അവിടെ, ഒരു ഹ്രസ്വമായ തിരച്ചിൽ പ്രൊഫൈൽ സെറ്റ് ചെയ്തു കഴിഞ്ഞാൽ ഇമെയിലൂടെ അവർക്ക് വസ്തുക്കൾ അല്ലെങ്കിൽ വസ്തുക്കളിലേക്കുള്ള പ്രസക്തമായ ലിങ്കുകളുടെ ഒരു പട്ടിക അയച്ചുകിട്ടുന്നു. ഇത് 2 മുതൽ 3 വരെ റിയൽ എസ്റ്റേറ്റ് പോർട്ടലുകളിൽ അടിക്കടി നടക്കുന്നു. അതിനു ശേഷം, വില്പനക്കാരനെ സാധാരണഗതിയിൽ ഇമെയിലൂടെ ബന്ധപ്പെടുന്നു. അതിൻറെ ഫലമായി, വില്ക്കുന്ന വ്യക്തി അല്ലെങ്കിൽ കെട്ടിട ഉടമയ്ക്ക് താല്പര്യമുള്ള കക്ഷിയുമായി ബന്ധപ്പെടുന്നതിനുള്ള അവസരവും അനുവാദവും ലഭിക്കുന്നു.

ഇതു കൂടാതെ, വസ്തു വാങ്ങാൻ അല്ലെങ്കിൽ വാടകയ്ക്കെടുക്കാൻ താല്പര്യമുള്ളവർ തങ്ങളുടെ പ്രദേശത്തുള്ള വ്യക്തിഗത റിയൽ എസ്റ്റേറ്റ്

ഏജൻറുമാരെ ബന്ധപ്പെടുകയും അവർക്കായി ഒരു സെർച്ച് പ്രൊഫൈൽ സൃഷ്ടിക്കുകയും ചെയ്യുന്നു.

റിയൽ എസ്റ്റേറ്റ് പോർട്ടലുകളിലെ ദാതാക്കൾ സ്വകാര്യ, വാണിജ്യ റിയൽ എസ്റ്റേറ്റ് മേഖലകളിൽ നിന്നു വരുന്നവരാണ്. വാണിജ്യാടിസ്ഥാനത്തിലുള്ള ദാതാക്കൾ മുഖ്യമായും റിയൽ എസ്റ്റേറ്റ് ഏജൻറുമാരും ചില കേസുകളിൽ കെട്ടിടനിർമ്മാണ കമ്പനികൾ, റിയൽ എസ്റ്റേറ്റ് ബ്രോക്കർമാർ, മറ്റ് റിയൽ എസ്റ്റേറ്റ് കമ്പനികളുമാണ് (ഈ കുറിപ്പിൽ, വാണിജ്യാടിസ്ഥാനത്തിലുള്ള ദാതാക്കളെ റിയൽ എസ്റ്റേറ്റ് ഏജൻറുമാർ എന്നാണ് സൂചിപ്പിച്ചിരിക്കുന്നത്).

4. സ്വകാര്യ ദാതാക്കളുടെ കോട്ടങ്ങൾ / റിയൽ എസ്റ്റേറ്റ് ഏജൻറുമാരുടെ നേട്ടം

റിയൽ എസ്റ്റേറ്റ് വസ്തുക്കൾ വില്ക്കാനുള്ള സ്വകാര്യ വില്പനക്കാർക്ക് പലപ്പോഴും ഉടനടിയുള്ള ഒരു വില്പന ഉറപ്പു നല്കാനാവില്ല. പാരമ്പര്യമായി സിദ്ധിച്ച ഒരു വസ്തുവിൻറെ കാര്യത്തിൽ, ഉദാഹരണത്തിന്, പിന്തുടർച്ചാവകാശികൾക്കിടയിൽ ഒരു അഭിപ്രായ സമന്വയം ഉണ്ടായേക്കില്ല അല്ലെങ്കിൽ പിന്തുടർച്ചാവകാശ സർട്ടിഫിക്കറ്റ് നഷ്ടപ്പെട്ടിരിക്കാം. ഇത് മാത്രമല്ല, താമസിക്കുന്നതിനുള്ള അവകാശം പോലെയുള്ള അവ്യക്തമായ നിയമ പ്രശ്നങ്ങൾ വില്പനയെ കുടുതൽ സങ്കീർണ്ണമാക്കാം.

വാടകയ്ക്കുള്ള വസ്തുക്കളുടെ കാര്യത്തിൽ, സ്വകാര്യ കെട്ടിട ഉടമയ്ക്ക് ഔദ്യോഗികമായ അനുമതികൾ ലഭിച്ചിട്ടുണ്ടാവില്ല, ഉദാഹരണത്തിന്, വാണിജ്യപരമായ ഒരു ഇടം താമസസ്ഥലമായി വാടകയ്ക്ക് കൊടുക്കാൻ ആവശ്യമായിരിക്കുന്നത്.

ഒരു റിയൽ എസ്റ്റേറ്റ് ഏജൻറ് ദാതാവായി വർത്തിക്കുമ്പോൾ, അയാൾ സാധാരണഗതിയിൽ മേൽസൂചിപ്പിച്ച സംഗതികൾ അതിനോടകം വ്യക്തമാക്കിയിരിക്കും, മാത്രമല്ല, പ്രസക്തമായ എല്ലാ റിയൽ എസ്റ്റേറ്റ് പ്രമാണങ്ങളും (ഫ്ലോർ പ്ലാൻ,

സൈറ്റ് പ്ലാൻ, എനർജി സർട്ടിഫിക്കേഷൻ, ടൈറ്റിൽ റെജിസ്റ്റർ, ഔദ്യോഗിക പ്രമാണങ്ങൾ മുതലായവ) സാധാരണഗതിയിൽ ലഭ്യമായിരിക്കുകയും ചെയ്യും. അതിൻറെ ഫലമായി, വില്പന അല്ലെങ്കിൽ വാടകയ്ക്ക് നല്കുന്നത് വേഗത്തിലും സങ്കീർണ്ണതകൾ കൂടാതെയും പൂർത്തിയാക്കാൻ സാധിക്കും..

5. റിയൽ എസ്റ്റേറ്റ് മാച്ചിംഗ്

താല്പര്യമുള്ള വാങ്ങുന്നവരെയും അല്ലെങ്കിൽ വാടകക്കാരെയും വില്പനക്കാരുമായും അല്ലെങ്കിൽ കെട്ടിയ ഉടമകളുമായും സാധിക്കുന്നിടത്തോളം വേഗത്തിലും കാര്യക്ഷമമായും പൊരുത്തപ്പെടുത്തുന്നതിനു വേണ്ടി, ക്രമീകൃതവും പ്രൊഫഷണലുമായ ഒരു സമീപനം സ്വീകരിക്കേണ്ടത് സാധാരണഗതിയിൽ പ്രധാനമാണ്.

ഇവിടെ ഇത് ചെയ്യുന്നത് റിയൽ എസ്റ്റേറ്റ് ഏജൻറുമാർക്കും താല്പര്യമുള്ള കക്ഷികൾക്കും ഇടയിലുള്ള തിരച്ചിൽ കണ്ടെത്തൽ പ്രക്രിയയിൽ വിപരീത ദിശയിലുള്ള ഊന്നൽ നല്കിക്കൊണ്ടുള്ള ഒരു സമീപനത്തോടെയാണ് (അല്ലെങ്കിൽ പ്രക്രിയയോടെയാണ്). ഇതിൻറെ അർത്ഥം വാങ്ങുന്ന അല്ലെങ്കിൽ വാടകയ്ക്കെടുക്കുന്ന വ്യക്തിയിലേക്ക് വസ്തുക്കൾ കൊണ്ടുവരുന്നതിന് പകരം ഒരു റിയൽ എസ്റ്റേറ്റ് മാച്ചിംഗ് പോർട്ടലുമൊത്ത് (ആപ്പ്), വസ്തു വാങ്ങാൻ അല്ലെങ്കിൽ വാടകയ്ക്കെടുക്കാൻ സാദ്ധ്യതയുള്ളവരുടെ യോഗ്യത അളക്കുകയും (പ്രൊഫൈൽ തിരയുക) അതിനു ശേഷം റിയൽ എസ്റ്റേറ്റ് ഏജൻറുമാർ ഓഫർ ചെയ്തിരിക്കുന്ന വസ്തുക്കളുമായി പൊരുത്തപ്പെടുത്തി നോക്കുകയും ബന്ധപ്പെടുത്തുകയും ചെയ്യുന്നു.

ആദ്യ പടിയായി, വസ്തു വാങ്ങുന്നതിന് അല്ലെങ്കിൽ വാടകയ്ക്കെടുക്കുന്നതിന് താല്പര്യപ്പെടുന്നവർ റിയൽ എസ്റ്റേറ്റ് മാച്ചിംഗ് പോർട്ടലിൽ ഒരു നിശ്ചിത സെർച്ച് പ്രൊഫൈൽ ഒരുക്കുന്നു. ഈ സെർച്ച് പ്രൊഫൈലിൽ ഏകദേശം 20 സവിശേഷതകൾ അടങ്ങിയിരിക്കുന്നതാണ്. താഴെപ്പറയുന്ന സവിശേഷതകൾ ഉൾപ്പെടുത്താവുന്നതും (പൂർണ്ണമായ ഒരു ലിസ്റ്റിംഗ് അല്ല) സെർച്ച് പ്രൊഫൈലിന് അവ അത്യാവശ്യവുമാണ്.

-പ്രദേശേ / പോസ്ററൽ കോഡ്/ പട്ടണം

-വസ്തുവിൻറെ തരം

-വസ്തുവിൻറെ വലിപ്പം

-ലിവിംഗ് ഏര്യ

-വാങ്ങുന്ന വില/ വാടക

-കെട്ടിടം നിർമ്മിച്ച വർഷം

-നിലകൾ

-മുറികളുടെ എണ്ണം

-വാടകയ്ക്ക് കൊടുത്തിട്ടുള്ളതാണോ (അതെ/ /അല്ല)

-ബേസ്മെൻറ് (അതെ/ അല്ല)

-ബാൽക്കണി / ടെറസ് (അതെ/ഇല്ല)

-ഹീറ്റിംഗ് രീതി

-പാർക്കിംഗ് സ്പേസ് (അതെ/ഇല്ല)

ഇവിടെ പ്രാധാന്യമർഹിക്കുന്ന സംഗതി, സവിശേഷതകൾ മാനുവലായി എൻററർ ചെയ്യുകയല്ല മറിച്ച് മുൻനിശ്ചിതമായ സാദ്ധ്യതകളുടെ/ ഓപ്ഷനുകളുടെ (വസ്തുവിൻറെ തരത്തിന്: അപാർട്ട്മെൻറ്, ഒരു കുടുംബത്തിനുള്ള വീട്, വെയർഹൌസ്, ഓഫീസ് മുതലായവ) ഒരു പട്ടികയിൽ നിന്ന് പ്രസക്തമായ ഫീൾഡുകൾ (ഉദാ. വസ്തുവിൻറെ തരം) ക്ലിക്ക് ചെയ്ത് അല്ലെങ്കിൽ ഓപ്പൺ ചെയ്ത് സെലക്ട് ചെയ്യുന്നു.

ആഗ്രഹമുള്ള പക്ഷം, താല്പര്യമുള്ള കക്ഷികൾക്ക് അധികമായുള്ള സെർച്ച് പ്രൊഫൈലുകൾ സൃഷ്ടിക്കാവുന്നതാണ്. സെർച്ച് പ്രൊഫൈൽ ഭേദഗതി ചെയ്യാനും സാദ്ധ്യമാണ്.

ഇത് കൂടാതെ, വാങ്ങാൻ അല്ലെങ്കിൽ വാടകയ്ക്കെടുക്കാൻ താല്പര്യമുള്ളവർക്ക് നിശ്ചിത ഫീൽഡുകളിൽ പൂർണ്ണമായ സമ്പർക്ക ഡാറ്റ എൻറർ ചെയ്യുന്നു. ഇതിൽ അവസാന പേര്, ആദ്യ പേര്, തെരുവ്, വീട്ടു നമ്പർ, പോസ്റ്റൽ കോഡ്, പട്ടണം, ടെലിഫോൺ, ഇമെയിൽ വിലാസം എന്നിവ ഉൾപ്പെടുന്നു.

ഈ പശ്ചാത്തലത്തിൽ, താല്പര്യമുള്ള കക്ഷികൾ തങ്ങളെ ബന്ധപ്പെടുന്നതിനും റിയൽ എസ്റ്റേറ്റ്

ഏജൻറുമാരിൽ നിന്ന് പൊരുത്തമുള്ള വസ്തുക്കൾ സ്വീകരിക്കുന്നതിനുമുള്ള തങ്ങളുടെ സമ്മതം നല്കുന്നു.

താല്പര്യമുള്ള കക്ഷികൾ ഇതിനാൽ റിയൽ എസ്റ്റേറ്റ് മാച്ചിംഗ് പോർട്ടലിൻറെ ഓപ്പറേറ്ററുമായും ഒരു കരാറിൽ ഏർപ്പെടുകയാണ്.

അടുത്ത ചുവടായി, ഇതേവരെ ദൃശ്യമാകാതിരുന്ന സെർച്ച് പ്രൊഫൈലുകൾ, ഒരു ആപ്ലിക്കേഷൻ പ്രോഗ്രാമിംഗ് ഇൻറർഫെയസിലൂടെ (api) ബന്ധപ്പെട്ട റിയൽ എസ്റ്റേറ്റ് ഏജൻറുമാർക്ക് ലഭ്യമാകുന്നു - ഉദാഹരണത്തിന്, ജർമ്മൻ പ്രോഗ്രാമിംഗ് ഇൻറർഫേസ് "openimmo" യ്ക്ക് സമാനമായത്. ഈ പ്രോഗ്രാമിംഗ് ഇൻറർഫേസ് - അടിസ്ഥാനപരമായി നടപ്പിലാക്കുന്നതിന് സുപ്രധാനമായത് - നിലവിൽ ഉപയോഗിച്ചുകൊണ്ടിരിക്കുന്ന മിക്കവാറും എല്ലാ റിയൽ എസ്റ്റേറ്റ് സോഫ്ടെ്വയറും സപ്പോർട്ട് ചെയ്യുന്നതായിരിക്കണം എന്ന കാര്യം ഇവിടെ ശ്രദ്ധിക്കേണ്ടതാണ്. അങ്ങനെയല്ല എങ്കിൽ, അത് സാങ്കേതികമായി സാദ്ധ്യമാക്കേണ്ടതാണ്. ഇതിനോടകം തന്നെ, പ്രോഗ്രാമിംഗ് ഇൻറർഫേസുകൾ ഉപയോഗത്തിലായതിനാൽ,

മുകളിൽ സൂചിപ്പിച്ച "openimmo" പോലെയുള്ളതും അതുപോലെതന്നെ മറ്റുള്ളവയും, സെർച്ച് പ്രൊഫൈൽ കൈമാറുന്നത് സാദ്ധ്യമാകേണ്ടത് ആവശ്യമാണ്.

ഇനി റിയൽ എസ്റ്റേറ്റ് ഏജൻറുമാർ തങ്ങളുടെ പ്രൊഫൈലിനെ നിലവിൽ വിപണിയിൽ ലഭ്യമായ വസ്തുക്കളുമായി താരതമ്യം ചെയ്യും. ഈ ഉദ്ദേശേയത്തിനായി, വസ്തുക്കൾ റിയൽ എസ്റ്റേറ്റ് മാച്ചിംഗ് പോർട്ടലിലേക്ക് അപ്ലോഡ് ചെയ്യുന്നതും, പ്രസക്തമായ സവിശേഷതകളോട് താരതമ്യം ചെയ്യുകയും കണ്ണി ചേർക്കുകയും ചെയ്യുന്നു. .താരതമ്യം പൂർത്തിയായിക്കഴിയുമ്പോൾ, പൊരുത്തം ശതമാനക്കണക്കിൽ കാണിക്കുന്ന ഒരു റിപ്പോർട്ട് ജനറേറ്റ് ചെയ്യപ്പെടുന്നു. ഒരു 50% പൊരുത്തത്തോടു കൂടി ആരംഭിച്ച്, സെർച്ച് പ്രൊഫൈൽ റിയൽ എസ്റ്റേറ്റ് ഏജൻസി സോഫ്ട്വെയറിന് ദൃശ്യമാക്കുന്നു.
വ്യക്തിഗത സവിശേഷതകൾ ഓരോന്നിനെതിരെയും അളക്കുകയും (പോയിൻറ് സമ്പ്രദായം), സവിശേഷതകൾ താരതമ്യം ചെയ്ത ശേഷം, പൊരുത്തത്തിനുള്ള ശതമാനം (പൊരുത്തത്തിൻറെ സാദ്ധ്യത) നിർണയിക്കുകയും ചെയ്യുന്നു. ഉദാഹരണത്തിന്, "വസ്തുവിൻറെ തരം" എന്ന

സവിശേഷതയ്ക്ക് „ലിവിംഗ് ഏര്യ" എന്ന സവിശേഷതയെക്കാൾ മുൻതൂക്കം നല്കുന്നു. ഇത് കൂടാതെ, വസ്തുവിന് നിർബന്ധമായും ഉണ്ടായിരിക്കേണ്ട ചില സവിശേഷതകൾ (ഉദാ. ബേസ്മെൻറ്) സെലക്ട് ചെയ്യാനാവും.

പൊരുത്തപ്പെടുത്തുന്നതിനുള്ള അഥവാ മാച്ചിംഗിനുള്ള സവിശേഷതകൾ താരതമ്യം ചെയ്യുന്ന വേളയിൽ, റിയൽ എസ്റ്റേറ്റ് ഏജൻറുമാർക്ക് തങ്ങളുടെ ആഗ്രഹത്തിലുള്ള (ബുക്ക് ചെയ്തിട്ടുള്ള) പ്രദേശങ്ങളിലേക്ക് മാത്രമേ പ്രാപ്യതയുള്ളൂ എന്നും ഉറപ്പാക്കേണ്ടതാണ്. ഇത് ഡാറ്റാ താരതമ്യത്തിനുള്ള പ്രയത്നം ലഘൂകരിക്കുന്നതാണ് .റിയൽ എസ്റ്റേറ്റ് ഏജൻസികൾ പ്രാദേശിക അടിസ്ഥാനത്തിലാണ് അടിക്കടി ഓപ്പറേറ്റ് ചെയ്യുന്നത് എന്നത് പരിഗണിക്കുമ്പോൾ ഇതിന് പ്രത്യേക പ്രാധാന്യമുണ്ട്. ക്ലൌഡ് പരിഹാരങ്ങളിലൂടെ വലിയ അളവുകളിലുള്ള ഡാറ്റ സൂക്ഷിക്കാനും പ്രോസസ്സ് ചെയ്യാനും ഇന്ന് സാധിക്കും എന്നത് ഇവിടെ ശ്രദ്ധിക്കേണ്ടതാണ്.

പ്രൊഫഷണൽ റിയൽ എസ്റ്റേറ്റ് ബ്രോക്കറേജ് ഉറപ്പാക്കുന്നതിന്, റിയൽ എസ്റ്റേറ്റ് ഏജൻറുമാർക്ക്

മാത്രമേ സെർച്ച് പ്രൊഫൈലുകളിലേക്ക് പ്രാപ്യത ലഭിക്കുകയുള്ളൂ.

ഈ ലക്ഷ്യത്തിനായി, റിയൽ എസ്റ്റേറ്റ് ഏജൻറുമാർ റിയൽ എസ്റ്റേറ്റ് മാച്ചിംഗ് പോർട്ടലിൻറെ ഓപ്പറേറ്ററുമായി ഒരു കരാറിൽ ഏർപ്പെടുന്നതാണ്.

പ്രസക്തമായ താരതമ്യത്തിന്/ പൊരുത്തപ്പെടുത്തലിന് ശേഷം, റിയൽ എസ്റ്റേറ്റ് ഏജൻറിന് താല്പര്യമുള്ളവരെയും, അതു പോലെ തന്നെ താല്പര്യമുള്ളവർക്ക് റിയൽ എസ്റ്റേറ്റ് ഏജൻസിയെയും ബന്ധപ്പെടാവുന്നതാണ്. റിയൽ എസ്റ്റേറ്റ് ഏജൻറ് സാദ്ധ്യതയുള്ള വാങ്ങുന്ന വ്യക്തിക്ക് അല്ലെങ്കിൽ വാടകയ്ക്ക് എടുക്കുന്ന വ്യക്തിക്ക് ഒരു റിപ്പോർട്ട് അയയ്ക്കുകയാണെങ്കിൽ, ഇതിൻറെ അർത്ഥം പൂർത്തീകരിച്ച വില്പനയുടെ അല്ലെങ്കിൽ ലീസിൻറെ സാഹചര്യത്തിൽ ഒരു ആക്ടിവിറ്റി റിപ്പോർട്ട് അല്ലെങ്കിൽ റിയൽ എസ്റ്റേറ്റ് കമ്മിഷനുള്ള ഒരു ഏജൻറിൻറെ അവകാശവാദം ഡോക്കുമെൻറ് ചെയ്തിരിക്കുന്നു എന്നും അർത്ഥമുണ്ട്.

ഇത് വസ്തു ഉടമ (വില്പനക്കാരൻ അഥവാ കെട്ടിട ഉടമ) വസ്തുവിൻറെ പ്ലേസ്മെൻറിനായി റിയൽ എസ്റ്റേറ്റ് ഏജൻറിനെ ഹയർ ചെയ്തിരിക്കുകയാണ്

അല്ലെങ്കിൽ ആ വസ്തു ഓഫർ ചെയ്യുന്നതിന് അവർക്ക് സമ്മതം നല്കിയിരിക്കുന്നു എന്ന വ്യവസ്ഥയ്ക്ക് കീഴിലാണ്.

6. പ്രയോഗത്തിൻറെ വ്യാപ്തി

ഇവിടെ വിവരിച്ചിരിക്കുന്ന റിയൽ എസ്റ്റേറ്റ് മാച്ചിംഗ് റസിഡൻൻഷ്യൽ, കൊമേഴ്സ്യൽ മേഖലകളിലെ റിയൽ എസ്റ്റേറ്റ് വില്ക്കുന്നതിനും വാടകയ്ക്ക് കൊടുക്കുന്നതിനും ബാധകമാണ്. കൊമേഴ്സ്യൽ റിയൽ എസ്റ്റേറ്റിന്, ബന്ധപ്പെട്ട അധിക റിയൽ എസ്റ്റേറ്റ് സവിശേഷതകൾ ആവശ്യമാകുന്നതാണ്.

വസ്തു വാങ്ങാൻ അല്ലെങ്കിൽ വാടകയ്ക്കെടുക്കാൻ സാദ്ധ്യതയുള്ളവരുടെ ഭാഗത്തും, സാധാരണ ചെയ്തുവരാറുള്ളത് പോലെ, ഒരു റിയൽ എസ്റ്റേറ്റ് ഏജൻറ് ഉണ്ടാവും, ഉദാഹരണത്തിന് അയാളെ കക്ഷികൾ കമ്മീഷൻ ചെയ്തിട്ടുണ്ടെങ്കിൽ.

ഭൂമിശാസ്ത്രപരമായ പ്രദേശങ്ങളുടെ കാര്യത്തിൽ പറയുകയാണെങ്കിൽ, റിയൽ എസ്റ്റേറ്റ് മാച്ചിംഗ് പോർട്ടൽ മിക്കവാറും എല്ലാ രാജ്യങ്ങളിലും ബാധകമാണ്.

7. നേട്ടങ്ങൾ

വാങ്ങാൻ ആഗ്രഹിക്കുന്നവർക്കും വില്ക്കാൻ ആഗ്രഹിക്കുന്നവർക്കും, അവർ തങ്ങളുടെ സ്വന്തം പ്രദേശത്ത് (താമസിക്കുന്ന സ്ഥലം) അന്വേഷിക്കുകയാണെങ്കിലും തൊഴിൽ സംബന്ധമായ കാരണങ്ങളാൽ വ്യത്യസ്തമായ ഒരു പട്ടണത്തിലേക്ക് അല്ലെങ്കിൽ പ്രദേശത്തേക്ക് നീങ്ങുകയാണെങ്കിലും, ഈ റിയൽ എസ്റ്റേറ്റ് മാച്ചിംഗ് പ്രക്രിയ വലിയ നേട്ടം വാഗ്ദാനം ചെയ്യുന്നു.

ആഗ്രഹിക്കുന്ന പ്രദേശത്ത് പ്രവർത്തിക്കുന്ന റിയൽ എസ്റ്റേറ്റ് ഏജൻറുമാരിൽ നിന്നും പൊരുത്തപ്പെടുന്ന വസ്തുവിനെ കുറിച്ചുള്ള വിവരം സ്വീകരിക്കുന്നതിന് അവർ തങ്ങളുടെ സെർച്ച് പ്രൊഫൈൽ ഒരിക്കൽ എൻറർ ചെയ്താൽ മാത്രം മതിയാവും.

റിയൽ എസ്റ്റേറ്റ് ഏജൻറുമാർക്ക്, വില്പനയ്ക്കായാലും വാടകയ്ക്കായാലും, കാര്യക്ഷമതയുടെയും സമയ ലാഭത്തിൻറെയും കാര്യത്തിൽ ഇത് വലിയ നേട്ടങ്ങൾ പ്രദാനം ചെയ്യുന്നു.

തങ്ങൾ ഓഫർ ചെയ്യുന്ന ഓരോ വസ്തുവിനോടും ബന്ധപ്പെട്ട കക്ഷികൾക്ക് മൂർത്തമായ സാദ്ധ്യത എത്രമാത്രം ഉയർന്നതാണെന്നത് സംബന്ധിച്ച് ഉടനടിയുള്ള ഒരു വിഹഗവീക്ഷണം അവർക്ക് ലഭിക്കുന്നതാണ്.

ഇത് കൂടാതെ, റിയൽ എസ്റ്റേറ്റ് ഏജൻറുമാർക്ക്, തങ്ങളുടെ സെർച്ച് പ്രൊഫൈൽ രൂപപ്പെടുത്തുന്ന പ്രക്രിയയിൽ തങ്ങളുടെ സ്വപ്ന വസ്തുവിനെ കുറിച്ച് ചില സവിശേഷമായ ചിന്തകൾ നല്കിയിട്ടുള്ള തങ്ങളുടെ ബന്ധപ്പെട്ട ടാർഗറ്റ് ഗ്രൂപ്പിനെ നേരിട്ട് ബന്ധപ്പെടാനാവുന്നതാണ്. റിയൽ എസ്റ്റേറ്റ് റിപ്പോർട്ടുകൾ അയച്ചുകൊടുത്തുകൊണ്ട്, ഈ ബന്ധം സ്ഥാപിക്കാനാവുന്നതാണ്.

തങ്ങൾ എന്താണ് അന്വേഷിക്കുന്നതെന്ന് അറിയാവുന്ന താല്പര്യമുള്ള കക്ഷികളുമായുള്ള ബന്ധത്തിൻറെ വ്യാപ്തി ഇത് വർദ്ധിപ്പിക്കുന്നതാണ്. ഇത് തുടർന്നുള്ള വസ്തു കാണൽ അപ്പോയിന്മെൻറുകളുടെ എണ്ണവും കുറയ്ക്കുകയും, അങ്ങനെ ബ്രോക്കർ ചെയ്യേണ്ട വസ്തുക്കൾക്കുള്ള മൊത്തത്തിലുള്ള മാർക്കറ്റിംഗ് സമയം കുറയ്ക്കുകയും ചെയ്യുന്നു.

വാങ്ങാൻ അല്ലെങ്കിൽ വാടകയ്ക്കെടുക്കാൻ സാദ്ധ്യതയുള്ളയാൾ വസ്തു കണ്ടുകഴിഞ്ഞാൽ,

പരമ്പരാഗത റിയൽ എസ്റ്റേറ്റ് മാർക്കറ്റിംഗിൻറെ കാര്യത്തിലെന്ന പോലെ, പർച്ചേസ് കോൺട്രാക്ട് അല്ലെങ്കിൽ ലീസ് തീർപ്പാക്കാവുന്നതാണ്.

8. മാതൃകാ കണക്കുകൂട്ടൽ (സാദ്ധ്യതയുള്ളത്) - ഉടമ താമസിക്കുന്ന റസിഡൻസുകളും വീടുകളും മാത്രം (റെൻറൽ അപ്പാർട്ട്മെൻറുകൾ അല്ലെങ്കിൽ വീടുകൾ അല്ലെങ്കിൽ കൊമേഴ്സ്യൽ പ്രോപ്പർട്ടികൾ കൂടാതെയുള്ളത്)

ചുവടെയുള്ള ഉദാഹരണം റിയൽ എസ്റ്റേറ്റ് മാച്ചിംഗ് പോർട്ടലിൻറെ സാദ്ധ്യത വ്യക്തമായി കാട്ടിത്തരുന്നതാണ്.

മ്യോഞ്ചെങ്ലാഡ്ബാക് (ജർമ്മനി) പട്ടണം പോലെ 250,000 താമസക്കാരുള്ള ഒരു ഭൂമിശാസ്ത്രപരമായ ഒരു പ്രദേശത്ത് ഏകദേശം 125,000 ഭവനങ്ങളുണ്ട് (ഒരു ഭവനത്തിന് 2 താമസക്കാർ വീതം). റീലൊക്കേഷൻറെ ശരാശരി നിരക്ക് 10% ആണ്. ഇതിൻറെ അർത്ഥം പ്രകിവർ 12,500 ഭവനങ്ങൾ റീലൊക്കേറ്റ് ചെയ്യപ്പെടുന്നു എന്നാണ്. ഇവിടെ മ്യോഞ്ചെങ്ലാഡ്ബാകിലേക്ക് പുറത്തു നിന്ന് വരുന്നവരുടെയും അവിടെ നിന്ന് പുറത്തേക്ക് പോകുന്നതിൻറെയും അനുപാതം ഇവിടെ പരിഗണിച്ചിട്ടില്ല. ഏകദേശം 10,000 ഭവനങ്ങൾ (80%) റെൻറൽ പ്രോപ്പർട്ടികൾക്കായും ഏകദേശം 2,500

ഭവനങ്ങൾ (20%) വില്പനയ്ക്കുള്ള സ്ഥലം അന്വേഷിക്കുകയും ചെയ്യുന്നു.

മ്യോഞ്ചെങ്ലാഡ്ബാക് പട്ടണത്തിനുള്ള ഉപദേശക സമിതിയിൽ നിന്നുള്ള വസ്തു വിപണി റിപ്പോർട്ട് അനുസരിച്ച്, 2012ൽ 2,613 റിയൽ എസ്റ്റേറ്റ് പർച്ചേസുകൾ നടന്നിരുന്നു. ഇത് മുമ്പ് സൂചിപ്പിച്ച 2,500 സാദ്ധ്യതയുള്ള വാങ്ങുന്നവർ എന്ന കണക്ക് സ്ഥിരീകരിക്കുന്നു. വാസ്തവത്തിൽ ഇതിൽ കുടുതലുണ്ടാവും, എന്നാൽ വാങ്ങാൻ സാദ്ധ്യതയുള്ള ഓരോരുത്തർക്കും തങ്ങളുടെ ഉത്തമ വസ്തു കണ്ടെത്താൻ സാധിച്ചില്ല. വാസ്തവത്തിൽ താല്പര്യമുണ്ടായിരുന്ന വാങ്ങാൻ സാദ്ധ്യതയുള്ളവരുടെ എണ്ണം-അഥവാ, വ്യക്തമായി സെർച്ച് പ്രൊഫൈലുകളുടെ എണ്ണം - ഏകദേശം 10% എന്ന ശരാശരി റീലൊക്കേഷൻ നിരക്കിൻറെ ഇരട്ടിയോളം ആണെന്ന് കണക്കാക്കപ്പെടുന്നു, അതായത് 25,000 സെർച്ച് പ്രൊഫൈലുകൾ. ഇതിൽ വാങ്ങാൻ സാദ്ധ്യതയുള്ളവർ റിയൽ എസ്റ്റേറ്റ് മാച്ചിംഗ് പോർട്ടലിൽ ഒന്നിലധികം സെർച്ച് പ്രൊഫൈലുകൾ സൃഷ്ടിച്ചിരിക്കാനുള്ള സാദ്ധ്യത ഇതിൽ ഉൾപ്പെടുന്നു.

അനുഭവത്തിൻറെ അടിസ്ഥാനത്തിൽ, വാങ്ങാൻ അല്ലെങ്കിൽ വാടകയ്ക്കെടുക്കാൻ സാദ്ധ്യതയുള്ളവർ

ഒരു റിയൽ എസ്റ്റേറ്റ് ഏജൻറുമൊന്നിച്ച് പ്രവർത്തിച്ച് തങ്ങളുടെ വസ്തു ഇതേവരെ കണ്ടെത്തിയിട്ടുണ്ട് എന്നതും സൂചിപ്പിക്കുന്നു; ഇത് 6,250 ഭവനങ്ങൾ വരും.

മുൻ അനുഭവങ്ങൾ കാണിക്കുന്നത് എല്ലാ ഭവനങ്ങളുടെയും കുറഞ്ഞത് 70% റിയൽ എസ്റ്റേറ്റിനു വേണ്ടി ഇൻറർനെറ്റിലൂടെ ഒരു റിയൽ എസ്റ്റേറ്റ് പോർട്ടൽ മുഖേന തിരഞ്ഞു എന്നാണ് കാണിക്കുന്നത്, ഇത് മൊത്തം 8,750 എന്ന കണക്കാണ് (ഇത് 17,500 സെർച്ച് പ്രൊഫൈലുകൾക്ക് തുല്യമാണ്).

വാങ്ങാനും വില്ക്കാനും സാദ്ധ്യതയുള്ള എല്ലാവരുടെയും 30%, അതായത് 3,750 ഭവനങ്ങൾ (അഥവാ 7,500 സെർച്ച് പ്രൊഫൈലുകൾ), മ്യോഞ്ചെങ്ങ്ളാഡ്ബാക് പോലെയുള്ള ഒരു പട്ടണത്തിനായി ഒരു റിയൽ എസ്റ്റേറ്റ് മാച്ചിംഗ് പോർട്ടലുമൊത്ത് (ആപ്പ്) ഒരു സെർച്ച് പ്രൊഫൈൽ സൃഷ്ടിക്കുകയാണെങ്കിൽ, ബന്ധപ്പെട്ട റിയൽ എസ്റ്റേറ്റ് ഏജൻറുമാർക്ക്, വാങ്ങാൻ സാദ്ധ്യതയുള്ളവക്കായി 1,500നിശ്ചിത സെർച്ച് പ്രൊഫൈലുകൾ (20%) മുഖേനയും വാടകയ്ക്കെടുക്കാൻ സാദ്ധ്യതയുള്ളവർക്കായി 6,000 നിശ്ചിത സെർച്ച്

പ്രൊഫൈലുകൾ (80%) മുഖേനയും അനുയോജ്യമായ വസ്തുക്കൾ ഓഫർ ചെയ്യാൻ സാധിക്കും.

ഇതിൻറെ അർത്ഥം 10 മാസത്തിൻറെ ശരാശരി സെർച്ച് ദൈർഘ്യത്തിലുംവാങ്ങാൻ , അല്ലെങ്കിൽ വാടകയ്ക്കെടുക്കാൻ സാദ്ധ്യതയുള്ളവർ സൃഷ്ടിക്കുന്ന ഓരോ സെർച്ച് പ്രൊഫൈലിനും പ്രതിമാസം 50 യൂറോയുടെ ഒരു സാമ്പിൾ വിലയിലും, 250,000 താമസക്കാരുള്ള ഒരു നഗരത്തിനായി 7,500 സെർച്ച് പ്രൊഫൈലുകളോട് കൂടി പ്രതിവർഷം 3,750,000 യൂറോയുടെ വില്പന സാദ്ധ്യയുണ്ട് എന്നാണ്.

80,000,000 (80 ദശലക്ഷം) താമസക്കാരുള്ള ജർമ്മനിയിൽ മൊത്തത്തിലേക്ക് ഈ കണക്ക് വ്യാപിപ്പിക്കുകയാണെങ്കിൽ, ഇത് പ്രതിവർഷം 1,200,000,000 യൂറോയുടെ (1.2 ബില്യൺ യൂറോ) വില്പന സാദ്ധ്യതയുള്ളതായി പരിണമിക്കുന്നതാണ്. വാങ്ങുന്നതിന് അല്ലെങ്കിൽ വാടകയ്ക്കെടുക്കുന്നതിന് സാദ്ധ്യതയുള്ളവരുടെ 30%നു പകരം 40% തങ്ങളുടെ റിയൽ എസ്റ്റേറ്റിനു വേണ്ടി റിയൽ എസ്റ്റേറ്റ് മാച്ചിംഗ് പോർട്ടലിലൂടെ തിരച്ചിൽ നടത്തുകയാണെങ്കിൽ, വില്പന സാദ്ധ്യത പ്രതിവർഷം 1,600,000,000 യൂറോ (1.6 ബില്യൺ യൂറോ) ആയി വർദ്ധിക്കുന്നതാണ്.

വില്പന സാദ്ധ്യത ഉടമ താമസിക്കുന്ന അപ്പാർട്ട്മെൻറുകളുമായും വീടുകളുമായും

ബന്ധപ്പെട്ടുള്ളത് മാത്രമാണ്. റെസിഡൻഷ്യൽ റിയൽ എസ്റ്റേറ്റ് സെക്ടറിലെ റെന്റൽ, ഇൻവെസ്റ്റ്മെൻറ് പ്രോപ്പർട്ടികളും, മൊത്തം കോമേഴ്സ്യൽ റിയൽ എസ്റ്റേറ്റ് സെക്ടറും ഈ സാദ്ധ്യതാ കണക്കുകൂട്ടലിൽ ഉൾപ്പെടുത്തിയിട്ടില്ല.

ജർമ്മനിയിൽ റിയൽ എസ്റ്റേറ്റ് ബ്രോക്കറേജ് ബിസിനസ്സിൽ (റിയൽ എസ്റ്റേറ്റ് ഏജൻസികൾ, കെട്ടിടനിർമ്മാണ കമ്പനികൾ, റിയൽ എസ്റ്റേറ്റ് ട്രേഡർമാർ, മറ്റ് റിയൽ എസ്റ്റേറ്റ് കമ്പനികൾ ഉൾപ്പെടെ) ഏകദേശം 50,000 കമ്പനികൾ പ്രവർത്തിക്കുന്നതിനാൽ, ഏകദേശം 200,000 ജീവനക്കാരും, ഈ 50,000 കമ്പനികളുടെ 20% വിഹിതവും, ശരാശരി 2 ലൈസൻസുകളോടെ ഈ റിയൽ എസ്റ്റേറ്റ് മാച്ചിംഗ് പോർട്ടൽ ഉപയോഗിക്കുകയാണെങ്കിൽ, ഫലം (ഒരു ലൈസൻസിന് പ്രതി മാസം 300 .യൂറോ എന്ന സാമ്പിൾ വില പ്രയോഗിക്കുകയാണെങ്കി) വില്പ സാദ്ധ്യത പ്രതിവർഷം 72,000,000 യൂറോ (72 ദശലക്ഷം യൂറോ) എന്നാകും. മാത്രമല്ല, പ്രാദേശിക സെർച്ച് പ്രൊഫൈലുകളുടെ ഒരു റീജിയണൽ ബുക്കിംഗ് കൂടി നടപ്പിലാക്കുകയാണെങ്കിൽ, ഗണ്യമായ അധിക സെയിൽസ് സാദ്ധ്യത,

രൂപകല്പനയെ ആശ്രയിച്ച്, നേടിയെടുക്കാൻ സാധിക്കുന്നതാണ്.

നിശ്ചിത സെർച്ച് പ്രൊഫൈലുകളുമൊത്തുള്ള സാദ്ധ്യതയുള്ള വാങ്ങുന്നവരുടെയും വാടകയ്ക്കെടുക്കുന്നവരുടെയും ഈ അപാരമായ സാദ്ധ്യതയുള്ളതിനാൽ, റിയൽ എസ്റ്റേറ്റ് ഏജൻറുമാർക്ക് താല്പര്യമുള്ള കക്ഷികളുടെ തങ്ങളുടെ സ്വന്തം ഡാറ്റാബേസ് - അങ്ങനെയൊന്ന് ഉണ്ടെങ്കിൽ- ശ്ൻൺർ അപ്ഡേറ്റ് ചെയ്യേണ്ട കാര്യമില്ല. കൂടാതെ, നിലവിലുള്ള സെർച്ച് പ്രൊഫൈലുകളുടെ എണ്ണം പല റിയൽ എസ്റ്റേറ്റ് ഏജൻറുമാരും തങ്ങളുടെ സ്വന്തം ഡാറ്റാബേസുകളിൽ സൃഷ്ടിച്ചിട്ടുള്ള സെർച്ച് പ്രൊഫൈലുകളുടെ എണ്ണത്തെ അധികരിക്കാൻ വളരെയധികം സാദ്ധ്യതയുണ്ട്.

ഈ നൂതനമായ റിയൽ എസ്റ്റേറ്റ് മാച്ചിംഗ് പോർട്ടൽ നിരവധി രാജ്യങ്ങളിൽ ഉപയോഗിക്കുകയാണെങ്കിൽ, ജർമ്മനിയിൽ നിന്നുള്ള വാങ്ങാൻ സാദ്ധ്യതയുള്ളവർക്ക് മെഡിറ്ററേനിയൻ ദ്വീപായ മജോർക്കയിലുള്ള (സ്പെയിൻ) ഒഴിവുകാല അപ്പാർട്ട്മെൻറിനുള്ള സെർച്ച് പ്രൊഫൈൽ സൃഷ്ടിക്കാവുന്നതും, മജോർക്കയിലെ ബന്ധപ്പെട്ട

റിയൽ എസ്റ്റേറ്റ് ഏജൻറുമാർക്ക് തങ്ങളുടെ പൊരുത്തപ്പെടുന്ന അപ്പാർട്ട്മെൻറുകൾ തങ്ങളുടെ സാദ്ധ്യതയുള്ള ജർമ്മൻ ക്ലയൻറ്സിന് ഇമെയിലിലിലൂടെ അവതരിപ്പിക്കാൻ സാധിക്കുന്നതുമാണ് റിപ്പോർട്ടുകൾ സ്പാനിഷ് ഭാഷയിലാണെങ്കിൽ, സാദ്ധ്യതയുള്ള വാടകക്കാർക്ക് ആ ടെക്സ്റ്റ് ജർമ്മനിലേക്ക് വേഗത്തിൽ പരിഭാഷപ്പെടുത്തുന്നതിന് ഇൻറർനെറ്റിൽ നിന്നുള്ള ഒരു ട്രാൻസ്ലേഷൻ പ്രോഗ്രാം ഇന്നത്തെക്കാലത്ത് വളരെ ലളിതമായി ഉപയോഗപ്പെടുത്താവുന്നതാണ്.

ലഭ്യമായ പ്രോപ്പർട്ടികൾക്കുള്ള സെർച്ച് പ്രൊഫൈലുകളുടെ മാച്ചിംഗ് ഭാഷയുടെ പ്രതിബന്ധങ്ങൾ കൂടാതെ നടപ്പിലാക്കുന്നത് സാദ്ധ്യമാക്കുന്നതിന്, പ്രോഗ്രാം ചെയ്തിരിക്കുന്ന (ഗണിതശാസ്ത്രപരമായ) സവിശേഷകളുടെ അടിസ്ഥാനത്തിൽ, ബന്ധപ്പെട്ട സവിശേഷതകളുടെ ഒരു താരതമ്യം, ഭാഷ ഏതുതന്നെയായാലും, റിയൽ എസ്റ്റേറ്റ് മാച്ചിംഗ് പോർട്ടലിനുള്ളിൽ നടത്താനാവുന്നതും, അന്ത്യത്തിൽ പ്രസക്തമായ ഭാഷ നിയുക്തമാക്കപ്പെടുന്നതുമാണ്.

റിയൽ എസ്റ്റേറ്റ് മാച്ചിംഗ് പോർട്ടലുകൾ എല്ലാ ഭൂഖണ്ഡങ്ങളിലും ഉപയോഗിക്കുമ്പോൾ, മുമ്പ്

സൂചിപ്പിച്ച വില്പന സാദ്ധ്യത (തിരച്ചിലിൽ താല്പര്യമുള്ളവർക്ക് മാത്രം) വിപുലപ്പെടുത്തുകയാണെങ്കിൽ താഴെപ്പറയുന്ന വിധത്തിലാകുന്നതാണ് എന്ന് കാണാനാവും.

ആഗോള ജനസംഖ്യ:
7,500,000,000 (7.5 ബില്യൺ) താമസക്കാർ

1. വ്യവസായവത്കൃത രാജ്യങ്ങളിലെയും വലിയ വ്യവസായവത്കൃത രാജ്യങ്ങളിലെയും ജനസംഖ്യ:
2,000,000,000 (2.0 ബില്യൺ) താമസക്കാർ

2. വികസിത രാജ്യങ്ങളിലെ ജനസംഖ്യ:
4,000,000,000 (4.0 ബില്യൺ) താമസക്കാർ

3. വികസ്വര രാജ്യങ്ങളിലെ ജനസംഖ്യ:
1,500,000,000 (1.5 ബില്യൺ) താമസക്കാർ

ജർമ്മനിയുടെ വാർഷിക വില്പന സാദ്ധ്യത വ്യവായവത്കൃത, എമേർജിംഗ്, വികസ്വര രാജ്യങ്ങൾക്കുള്ള ചുവടെനല്കിയിരിക്കുന്ന അനുമാനിത ഘടകങ്ങളുമൊത്ത് 80 ദശലക്ഷം താമസക്കാരോടുകൂടി 1.2 ബില്യൺ യൂറോ ആയിരിക്കുമെന്ന് കണക്കാക്കപ്പെട്ടിരിക്കുന്നു.

1. വ്യവസായവത്കൃത രാജ്യങ്ങൾ: 1.0

2. എമേർജിംഗ് രാജ്യങ്ങൾ: 0.4

3. വികസ്വര രാജ്യങ്ങൾ: 0.1

ചുവടെ നല്കിയിരിക്കുന്ന വാർഷിക വില്പന സാദ്ധ്യതയാണ് ഫലം (1.2 ബില്യൺ യൂറോ x ജനസംഖ്യ (വ്യവസായവത്കൃത, എമേർജിംഗ് അല്ലെങ്കിൽ വികസ്വര രാജ്യങ്ങൾ) / 80 മില്യൺ താമസക്കാർ x ഘടകം).

1.	വ്യവസായവത്കൃത രാജ്യങ്ങൾ:	30.00	ബില്യൺ യൂറോ
2.	എമേർജിംഗ് രാജ്യങ്ങൾ:	24.00	ബില്യൺ യൂറോ
3.	വികസ്വര രാജ്യങ്ങൾ:	2.25	ബില്യൺ യൂറോ
	മൊത്തം:	**56.25**	**ബില്യൺ** യൂറോ

9. ഉപസംഹാരം

ചിത്രീകരിച്ചിരിക്കുന്ന റിയൽ എസ്റ്റേറ്റ് മാച്ചിംഗ് പോർട്ടൽ റിയൽ എസ്റ്റേറ്റിനായി തിരയുന്നവർക്കും (താല്പര്യമുള്ള കക്ഷികൾ) റിയൽ എസ്റ്റേറ്റ് ഏജൻറുമാർക്കും ഗണ്യമായ നേട്ടങ്ങൾ വാഗ്ദാനം ചെയ്യുന്നു.

1. താല്പര്യമുള്ള കക്ഷികളെ സംബന്ധിച്ചിടത്തോളം ഉചിതമായ പ്രോപ്പർട്ടികൾ തിരയുന്നതിന് ആവശ്യമായ സമയം ഗണ്യമായി കുറയുന്നു, കാരണം അവർ തങ്ങളുടെ സെർച്ച് പ്രൊഫൈൽ ഒറ്റത്തവണ സൃഷ്ടിച്ചാൽ മാത്രം മതിയാകും.

2. റിയൽ എസ്റ്റേറ്റ് ഏജൻറിന് സാദ്ധ്യതയുള്ള വാങ്ങുന്നവരുടെ അല്ലെങ്കിൽ വാടകക്കാരുടെ എണ്ണത്തെ കുറിച്ച്, അവരുടെ പ്രത്യകമായുള്ള ആവശ്യകതകൾ ഉൾപ്പെടെ (സെർച്ച് പ്രൊഫൈൽ) മൊത്തത്തിലുള്ള ഒരു വീക്ഷണം ലഭിക്കുന്നു.

3. താല്പര്യമുള്ള കക്ഷികൾക്ക് എല്ലാ റിയൽ എസ്റ്റേറ്റ് ഏജൻറുമാരിൽ നിന്നും ആഗ്രഹിക്കുന്ന അല്ലെങ്കിൽ പൊരുത്തപ്പെടുന്ന പ്രോപ്പർട്ടികൾ മാത്രം (സെർച്ച് പ്രൊഫൈലിൻറെ അടിസ്ഥാനത്തിൽ)

ലഭിക്കുന്നു (ഏറ്റെക്കുറെ ഒരു ഓട്ടോമാറ്റിക് പ്രീ-സെലക്ഷൻ പോലെ).

4. റിയൽ എസ്റ്റേറ്റ് ഏജൻറുമാർക്ക് തങ്ങളുടെ സ്വന്തം ,സെർച്ച് പ്രൊഫൈലുകളുടെ ഡാറ്റാബേസ് പരിപാലിക്കുന്നതിനുള്ള യത്നം കുറയ്ക്കുന്നു, കാരണം നിലവിലുള്ള നിരവധി സെർച്ച് പ്രൊഫൈലുകൾ സ്ഥിരമായി ലഭ്യമാണ്.
5. റിയൽ എസ്റ്റേറ്റ് മാച്ചിംഗ് പോർട്ടലുമായി കൊമേഴ്സ്യൽ ദാതാക്കൾ / റിയൽ എസ്റ്റേറ്റ് ഏജൻറുമാർ മാത്രമേ ബന്ധപ്പെടുന്നുള്ളൂ എന്നുള്ളതിനാൽ, വാങ്ങാൻ അല്ലെങ്കിൽ വാടകടയ്ക്കെടുക്കാൻ സാദ്ധ്യതയുള്ളവർക്ക് പരിചയസമ്പന്നരായ റിയൽ എസ്റ്റേറ്റ് ഏജൻറുമാരുമൊത്ത് പ്രവർത്തിക്കാനാവുന്നു.
6. റിയൽ എസ്റ്റേറ്റ് ഏജൻറുമാർക്ക് തങ്ങളുടെ വ്യൂവിംഗ് അപ്പോയിൻമെൻറുകളുടെ എണ്ണവും മൊത്തത്തിലുള്ള വിപണന സമയവും കുറയ്ക്കാനാവുന്നു. തിരിച്ച്, വാങ്ങുന്നതിന് അല്ലെങ്കിൽ വാടകയ്ക്കെടുക്കാൻ താല്പര്യമുള്ളവരെ സംബന്ധിച്ചിടത്തോളം വ്യൂവിംഗ് അപ്പോയിൻമെൻറുകളുടെ എണ്ണവും അതുപോലെതന്നെ തീർപ്പായ ഒരു പർച്ചേസ്

കോൺട്രാക്ടിന് അല്ലെങ്കിൽ ലീസിന് ആവശ്യമായ സമയവും കുറയുന്നു.

7. വില്ക്കുന്നതിന് അല്ലെങ്കിൽ വാടകയ്ക്ക് കൊടുക്കുന്നതിനുള്ള വസ്തുക്കളുടെ ഉമടമകൾക്കും സമയം ലഭിക്കാനാവുന്നു. വേഗത്തിലുള്ള വാടകയ്ക്ക് നല്കൽ അല്ലെങ്കിൽ വില്പന കാരണം വാകടയ്ക്ക് കൊടുക്കാനുള്ള പ്രോപ്പർട്ടികൾ ഒഴിഞ്ഞു കിടക്കുന്ന സമയം കുറയുന്നതിനാലും വേഗത്തിലുള്ള കച്ചവടവും മൂലം കൂടുതലായുള്ള സാമ്പത്തിക നേട്ടങ്ങളുമുണ്ടാവുന്നു.

റിയൽ എസ്റ്റേറ്റ് മാച്ചിംഗിലെ ഈ സങ്കല്പം നടപ്പിലാക്കുന്നതിലൂടെ, റിയൽ എസ്റ്റേറ്റ് ബ്രോക്കറേജിൽ ഗണ്യമായ പുരോഗതി കൈവരിക്കാനാവും.

10. റിയൽ എസ്റ്റേറ്റ് മാച്ചിംഗ് പോർട്ടലിനെ റിയൽ എസ്റ്റേറ്റ് അസെസ്സ്മെൻറ് ഉൾപ്പെടെയുള്ള പുതിയ റിയൽ എസ്റ്റേറ്റ് ഏജൻസി സോഫ്ടെവയറുമായി സമന്വയിപ്പിക്കുന്നത്

അവസാന കമൻറ് എന്നുള്ള നിലയിൽ, ഇവിടെ വിശദീകരിച്ചിരിക്കുന്ന റിയൽ എസ്റ്റേറ്റ് മാച്ചിംഗ് പോർട്ടലിന് തുടക്കം മുതൽ തന്നെ ഒരു പുതിയ - ആഗോലതലത്തിൽ ലഭ്യമായ - റിയൽ എസ്റ്റേറ്റ് ഏജൻസി സോഫ്ടെവയർ പരിഹാരത്തിൻറെ ഒരു ഗണ്യമായ ഘടകമാകാവുന്നതാണ്. ഇതിൻറെ അർത്ഥം റിയൽ എസ്റ്റേറ്റ് ഏജൻറുമാർക്ക് ഒന്നുകിൽ തങ്ങളുടെ നിലവിലുള്ള റിയൽ എസ്റ്റേറ്റ് ഏജൻസി സോഫ്ടെവയറിനൊപ്പം റിയൽ എസ്റ്റേറ്റ് മാച്ചിംഗ് പോർട്ടൽ ഉപയോഗിക്കാം അല്ലെങ്കിൽ റിയൽ എസ്റ്റേറ്റ് മാച്ചിംഗ് പോർട്ടൽ ഉൾപ്പെടെ പുതിയ റിയൽ എസ്റ്റേറ്റ് ഏജൻസി സോഫ്ടെവയർ പരിഹാരം ഉപയോഗിക്കാം.

കാര്യക്ഷമവും നൂതനവുമായ ഈ റിയൽ എസ്റ്റേറ്റ് മാച്ചിംഗ് പോർട്ടൽ ഒരു പുതിയ റിയൽ എസ്റ്റേറ്റ് ഏജൻസി സോഫ്ടെവയറിലേക്ക് സമന്വയിപ്പിക്കുന്നതിലൂടെ റിയൽ എസ്റ്റേറ്റ് ഏജൻസി സോഫ്ടെവയറിന് മാർക്കറ്റ് പെനട്രേഷന്

അത്യാവശ്യമായ സവിശേഷമായ ഒരു അടിസ്ഥാന സെല്ലിംഗ് പോയിൾറ് സൃഷ്ടിക്കപ്പെടുകയാണ്.

റിയൽ എസ്റ്റേറ്റ് അസെസ്സ്മെൻറ് റിയൽ എസ്റ്റേറ്റ് ഏജൻസിയുടെ ഒരു അവശ്യ ഘടകമായിരിക്കുകയും അങ്ങനെ തന്നെ തുടരുകയും ചെയ്യും എന്നുള്ളതിനാൽ റിയൽ എസ്റ്റേറ്റ് ഏജൻസി സോഫ്ട്വെയർ സമന്വയിക്കപ്പെട്ട റിയൽ എസ്റ്റേറ്റ് അസസ്സ്മെൻറ് ടൂൾ ഫീച്ചർ ചെയ്യണം. ബന്ധപ്പെട്ട കണക്കാക്കൽ രീതികളുമൊത്ത് റിയൽ എസ്റ്റേറ്റ് അസെസ്മെൻറിന് റിയൽ എസ്റ്റേറ്റ് ഏജൻസിയുടെ എൻറർ ചെയ്തിട്ടുള്ള/ സേവ് ചെയ്തിട്ടുള്ള പ്രോപ്പർട്ടികളിൽ നിന്നുള്ള പ്രസക്തമായ ഡാറ്റാ പരാമീറ്ററുകൾ പ്രാപ്യമാക്കാനാവും. അതുപോലെതന്നെ, റിയൽ എസ്റ്റേറ്റ് ഏജൻറിന് തൻറെ സ്വന്തം പ്രാദേശിക വിപണി പരിചയം കൊണ്ട്, ലഭ്യമല്ലാത്ത പരാമീറ്ററുകൾ പൂരിപ്പിക്കാനാവും

ഇതു കൂടാതെ, റിയൽ എസ്റ്റേറ്റ് ഏജൻസി സോഫ്ട്വെയറിന് ലഭ്യമായ പ്രോപ്പർട്ടികളുടെ വിർചൽ റിയൽ എസ്റ്റേറ്റ് ടൂറുകൾ സമന്വയിപ്പിക്കാനുള്ള ഓപ്ഷൻ ഉണ്ടായിരിക്കണം. ഇത്, വിർചൽ റിയൽ എസ്റ്റേറ്റ് ടൂർ റിക്കോഡ്

ചെയ്യാനും പിന്നീട് റിയൽ എസ്റ്റേറ്റ് ഏജൻസി സോഫ്ടെയറിലേക്ക് സമന്വയിപ്പിക്കാൻ അഥവാ ഇൻകോർപറേറ്റ് ചെയ്യാൻ - കൂടുതലായും ഓട്ടോമാറ്റിക്കായി തന്നെ - സാധിക്കുന്ന മൊബൈൽ ഫോണുകൾക്കുള്ള കൂടാതെ/അല്ലെങ്കിൽ ടാബ്ലറ്റുകൾക്കുള്ള ഒരു അധിക ആപ്പ് വികസിപ്പിച്ച് സുഗമമായി നടപ്പിലാക്കാനാവുന്നതാണ്.

കാര്യക്ഷമവും നൂതനവുമായ റിയൽ എസ്റ്റേറ്റ് മാച്ചിംഗ് പോർട്ടലിനെ റിയൽ എസ്റ്റേറ്റ് അപ്രൈസലിനോടൊപ്പം ഒരു പുതിയ റിയൽ എസ്റ്റേറ്റ് ഏജൻസി സോഫ്ടെവയറിലേക്ക് സമന്വയിപ്പിച്ചാൽ, സാദ്ധ്യമായ വില്പനയുടെ തോത് വീണ്ടും ഗണ്യമായി വർദ്ധിക്കുന്നതാണ്.

മത്തിയാസ് ഫീഡ്ലർ

കോർഷെൻബ്രോയിക്, 10/31/2016

Matthias Fiedler

Erika-von-Brockdorff-Str. 19

41352 Korschenbroich

Germany

www.matthiasfiedler.net

www.ingramcontent.com/pod-product-compliance
Lightning Source LLC
Chambersburg PA
CBHW071524210326
41597CB00018B/2886
* 9 7 8 3 9 4 7 1 8 4 6 7 5 *